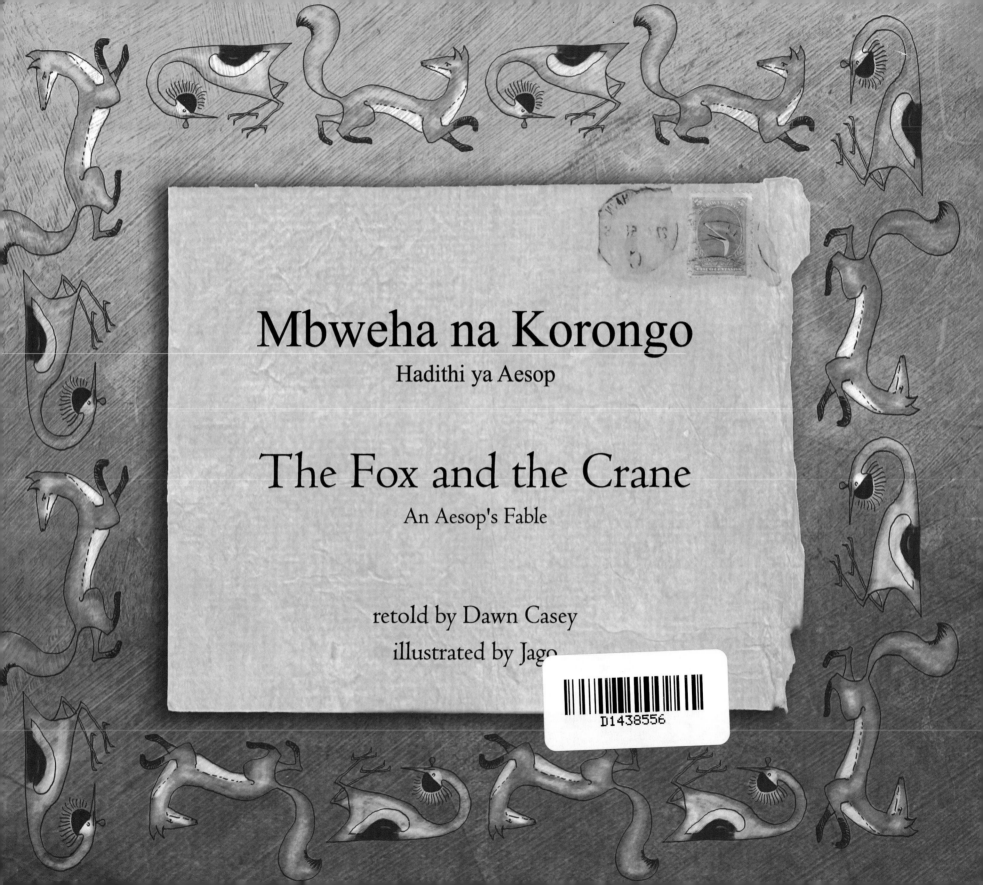

Mbweha na Korongo

Hadithi ya Aesop

The Fox and the Crane

An Aesop's Fable

retold by Dawn Casey

illustrated by Jago

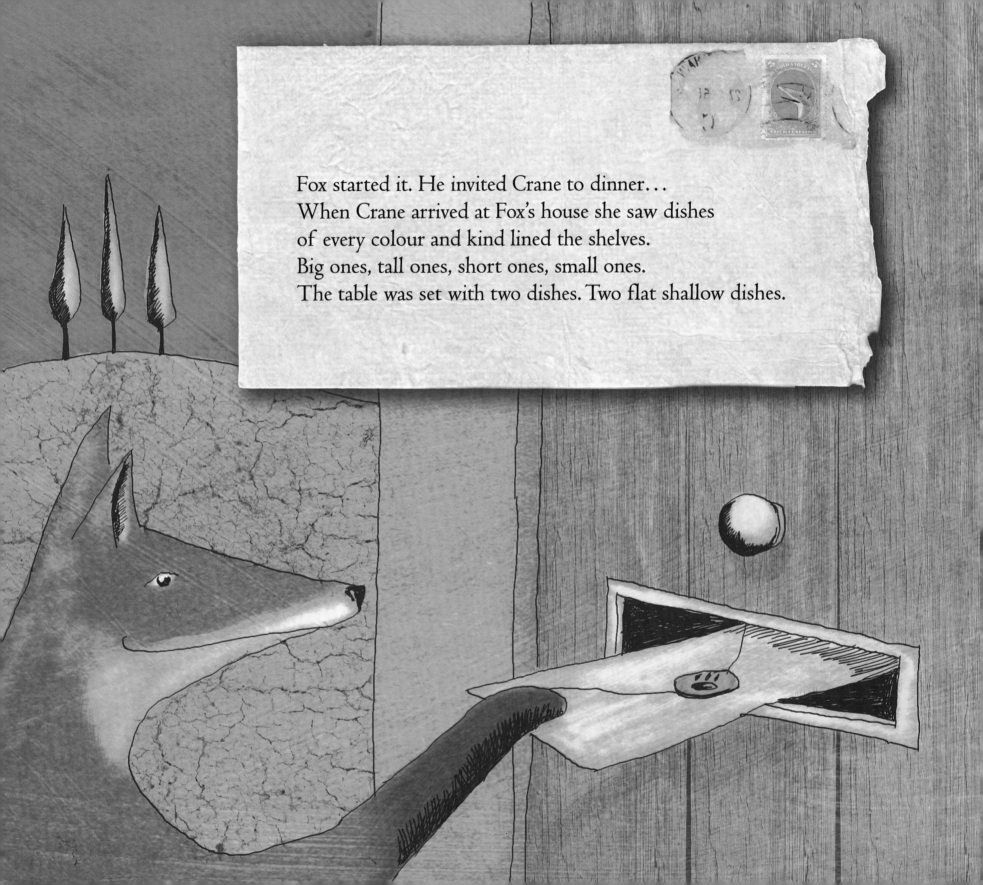

Fox started it. He invited Crane to dinner...
When Crane arrived at Fox's house she saw dishes
of every colour and kind lined the shelves.
Big ones, tall ones, short ones, small ones.
The table was set with two dishes. Two flat shallow dishes.

Mbweha alianza. Alimwalika Korongo kwa chakula cha jioni…
Korongo alipowasili nyumbani kwa Mbweha aliona chakula cha kila
rangi na aina kilicho pangwa kwenye rafu. Kubwa, ndefu, fupi, ndogo.
Meza iliandaliwa na sahani mbili. Sahani mbili zenye uchache wa kina.

Korongo alidonoa na akapekua na mdomo wake mrefu na mwembamba.
Lakini ijapo alijaribu sana hakupata kionjo cha mchuzi.

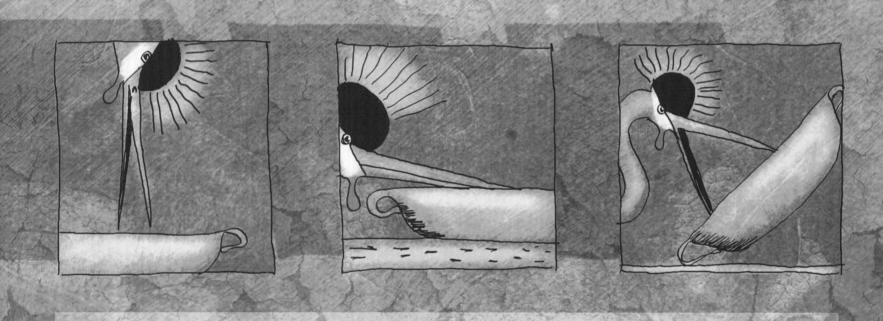

Crane pecked and she picked with her long thin beak. But no matter
how hard she tried she could not get even a sip of the soup.

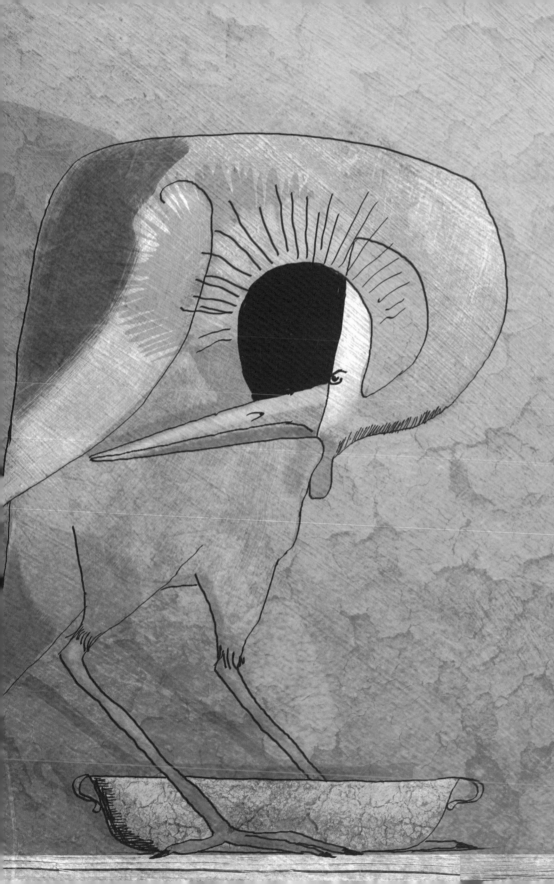

Mbweha alimtazama Korongo akijitahidi na akamchekelea. Aliinua mchuzi wake kwa mdomo, na kwa SIP, SLOP, SLURP alikunywa kwa pupa. "Ahhhh, tamu!" alicheka, akipanguza ndevu za mashavuni kwa nyuma ya mguu wako. "Oh Korongo hujaguza mchuzi wako," Mbweha alisema akichekelea kipumbavu. "NINA sikitika hukupendezwa," aliongeza, akijaribu kukoroma kwa kicheko.

Fox watched Crane struggling and sniggered. He lifted his own soup to his lips, and with a SIP, SLOP, SLURP he lapped it all up. "Ahhhh, delicious!" he scoffed, wiping his whiskers with the back of his paw. "Oh Crane, you haven't touched your soup," said Fox with a smirk. "I AM sorry you didn't like it," he added, trying not to snort with laughter.

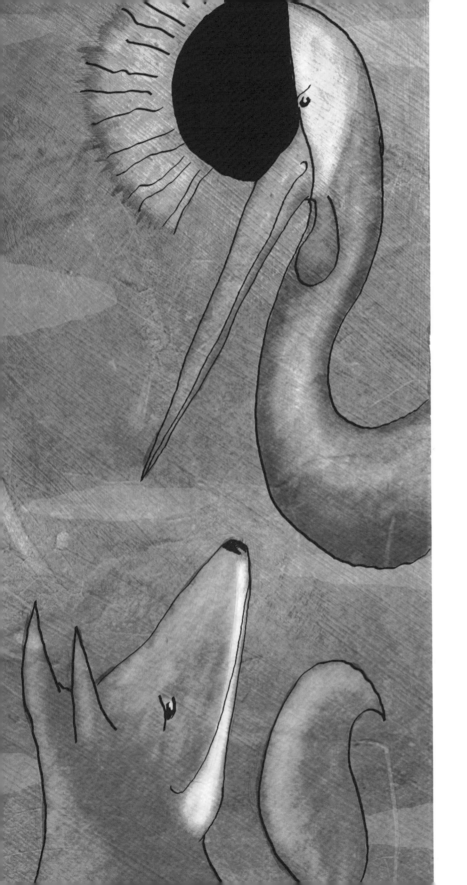

Korongo hakusema kitu. Aliangalia chakula. Aliangalia sahani. Alimangalia Mbweha na akatabasamu.
"Kipenzi Mbweha, asante kwa ukarimu wako," Korongo alisema kwa upole. "Tafadhali niruhusu nikulipe – njoo kwa chakula cha jioni nyumbani kwangu."

Mbweha alipowasili dirisha lilikuwa wazi. Harufu tamu ilitoka nje. Mbweha aliinua pua na akanusa. Mdomo ulimtoka maji. Tumbo ilinguruma. Alijilamba mdomo.

Crane said nothing. She looked at the meal. She looked at the dish. She looked at Fox, and smiled.
"Dear Fox, thank you for your kindness," said Crane politely. "Please let me repay you – come to dinner at my house."

When Fox arrived the window was open. A delicious smell drifted out. Fox lifted his snout and sniffed. His mouth watered. His stomach rumbled. He licked his lips.

"Kipenzi Mbweha, njoo ndani," Korongo alisema, akipanua ubawa wake kwa rehema.
Mbweha alipita karibu. Aliona chakula cha kila rangi na aina kilicho pangwa kwenye rafu. Nyekundu, za rangi ya samawati, za zamani, mpya.
Meza iliandaliwa na sahani mbili.
Sahani mbili ndefu, ndogo.

"My dear Fox, do come in," said Crane, extending her wing graciously.
Fox pushed past. He saw dishes of every colour and kind lined the shelves.
Red ones, blue ones, old ones, new ones.
The table was set with two dishes.
Two tall narrow dishes.

Mbweha alilamba na akanywa kwa pupa na pua lake ndogo. Lakini ijapo alijaribu sana hakupata hata mego ya chakula.

Fox licked and he lapped with his short little snout.
But no matter how hard he tried he could not
get even a mouthful of the meal.

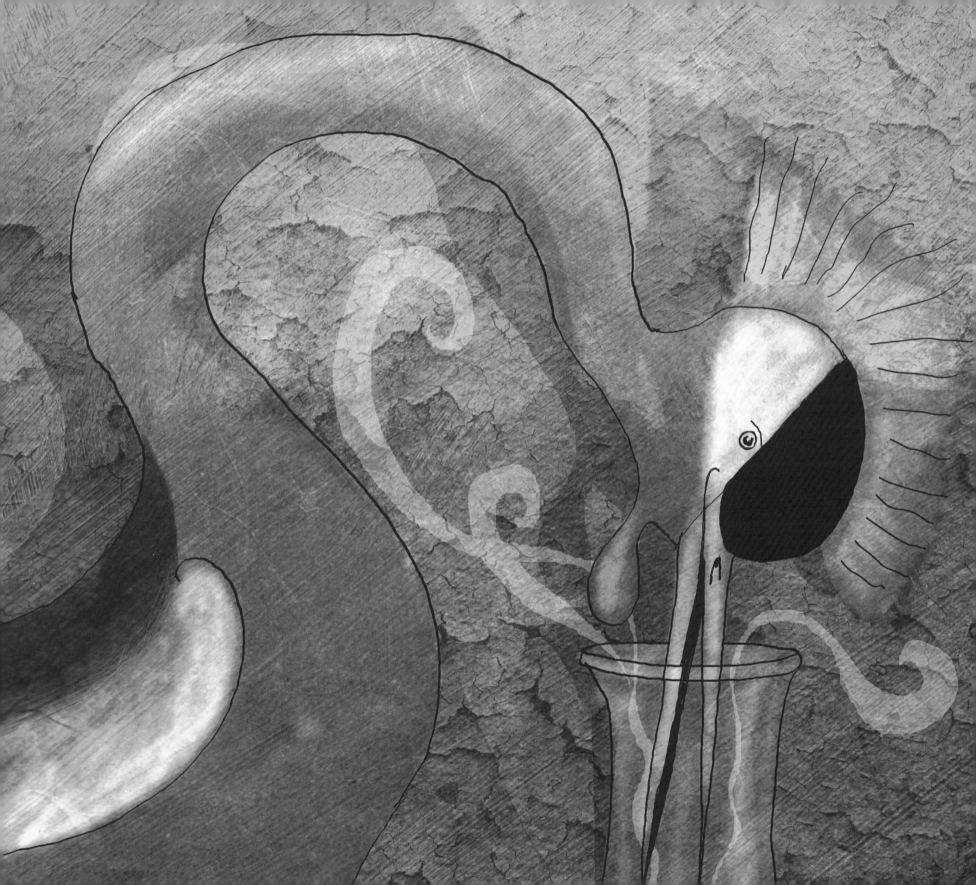

Korongo alikula chakula chake polepole sana, akifurahia kila mego.
"Kipenzi Mbweha, asante sana kwa kuja," alitabasamu, "ilikuwa
furaha kulipiza ukarimu wako."

Tumbo ya Mbweha ililia kama maji kooni na ikanguruma.
Na alipoenda nyumbani, alikuwa bado na njaa.

Crane ate her meal very slowly, savouring every mouthful.
"Dear Fox, thank you so much for coming," she smiled,
"it has been a pleasure to repay your kindness."

Fox's tummy gurgled and grumbled.
And when he went home, he was still hungry.

The Fox and the Crane

Writing Activity:
Read the story. Explain that we can write our own fable by changing the characters.

Discuss the different animals you could use, bearing in mind what different kinds of dishes they would need! For example, instead of the fox and the crane you could have a tiny mouse and a tall giraffe.

Write an example together as a class, then give the children the opportunity to write their own. Children who need support could be provided with a writing frame.

Art Activity:
Dishes of every colour and kind! Create them from clay, salt dough, play dough… Make them, paint them, decorate them…

Maths Activity:
Provide a variety of vessels: bowls, jugs, vases, mugs… Children can use these to investigate capacity:

Compare the containers and order them from smallest to largest.

Estimate the capacity of each container.

Young children can use non-standard measures e.g. 'about 3 beakers full'.

Check estimates by filling the container with coloured liquid ('soup') or dry lentils.

Older children can use standard measures such as a litre jug, and measure using litres and millilitres. How near were the estimates?

Label each vessel with its capacity.

The King of the Forest

Writing Activity:
Children can write their own fables by changing the setting of this story. Think about what kinds of animals you would find in a different setting. For example how about 'The King of the Arctic' starring an arctic fox and a polar bear!

Storytelling Activity:
Draw a long path down a roll of paper showing the route Fox took through the forest. The children can add their own details, drawing in the various scenes and re-telling the story orally with model animals.

If you are feeling ambitious you could chalk the path onto the playground so that children can act out the story using appropriate noises and movements! (They could even make masks to wear, decorated with feathers, woollen fur, sequin scales etc.)

Music Activity:
Children choose a forest animal. Then select an instrument that will make a sound that matches the way their animal looks and moves. Encourage children to think about musical features such as volume, pitch and rhythm. For example a loud, low, plodding rhythm played on a drum could represent an elephant.

Children perform their animal sounds. Can the class guess the animal?

Children can play their pieces in groups, to create a forest soundscape.

Mfalme wa Mwitu
Hadithi ya Uchina

The King of the Forest
A Chinese Fable

retold by Dawn Casey

illustrated by Jago

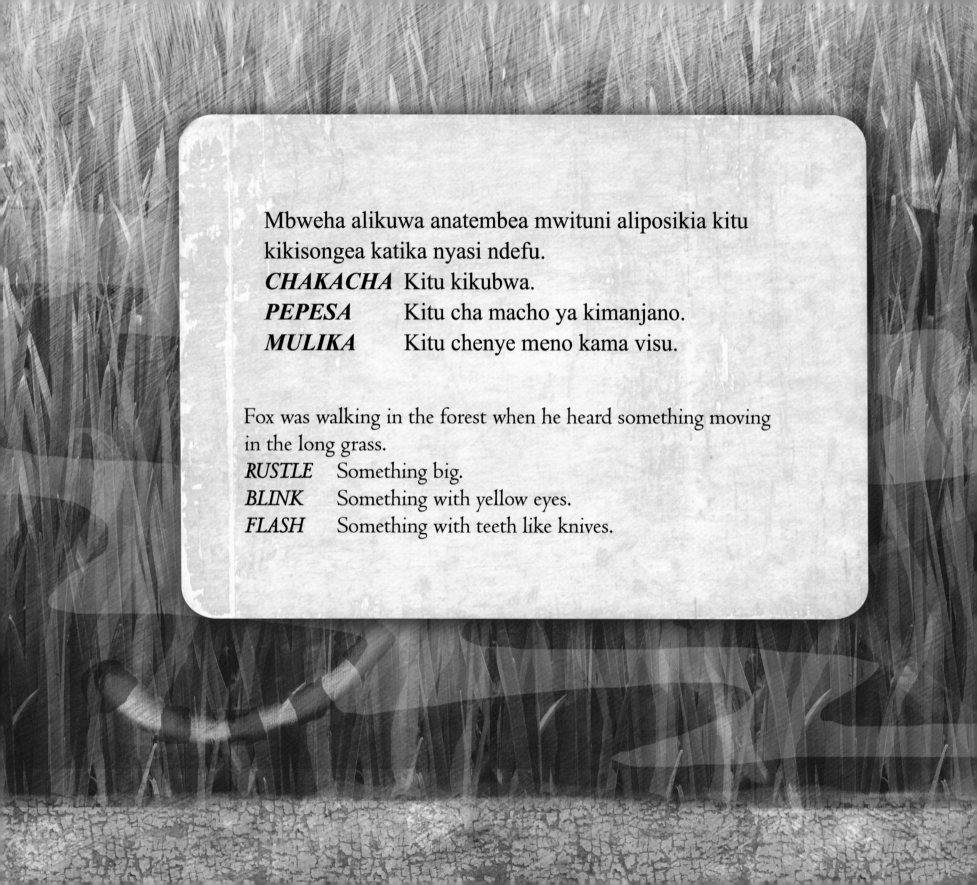

Mbweha alikuwa anatembea mwituni aliposikia kitu
kikisongea katika nyasi ndefu.
CHAKACHA Kitu kikubwa.
PEPESA Kitu cha macho ya kimanjano.
MULIKA Kitu chenye meno kama visu.

Fox was walking in the forest when he heard something moving
in the long grass.
RUSTLE Something big.
BLINK Something with yellow eyes.
FLASH Something with teeth like knives.

"Habari ya asubuhi mbweha mdogo," Chui alicheka kipumbavu, akionyesha meno tupu mdomoni.

Mbweha aligugumiza.

"Nina furahi kukutana na wewe," Chui alikoroma. "Nilikuwa naanza kusikia njaa."

Mbweha alifikiria haraka. "Thubutu!" alisema. "Kwani hujui ya kwamba mimi ni Mfalme wa Mwitu?"

"Wewe! Mfalme wa Mwitu?" Chui alisema, na akaguruma kwa kicheko.

"Usiponiamini," Mbweha alijibu kwa heshima, "tembea nyuma yangu na utaona – kila mnyama ananiogopa."

"Lazima nijionea," Chui alisema.

Kwa hivyo Mbweha alitembea polepole mwituni. Chui alimfuata nyuma kwa majivuno, na mkia wake juu, hadi…

"Good morning little fox," Tiger grinned, and his mouth was nothing but teeth.

Fox gulped.

"I am pleased to meet you," Tiger purred. "I was just beginning to feel hungry."

Fox thought fast. "How dare you!" he said. "Don't you know I'm the King of the Forest?"

"You! King of the Forest?" said Tiger, and he roared with laughter.

"If you don't believe me," replied Fox with dignity, "walk behind me and you'll see – everyone is scared of me."

"This I've got to see," said Tiger.

So Fox strolled through the forest. Tiger followed behind proudly, with his tail held high, until…

SQUAWK!
Hajivale mkubwa mwenye mdomo kama ndoa! Lakini hajivale
alimangalia Chui mara moja na akapupuruka kwenye miti.
"Waona!" Mbweha alisema. "Kila mnyama ananiogopa!"
"Haiyaminiki!" Chui alisema.
Mbweha alienda kwa mashindo katika mwitu. Chui alifuata
nyuma kidogo, na mkia wake ukiwa umeshushwa kidogo,
hadi…

SQUAWK!
A huge hook-beaked hawk! But the hawk took
one look at Tiger and flapped into the trees.
"See?" said Fox. "Everyone is scared of me!"
"Unbelievable!" said Tiger.
      Fox strode on through the forest.
        Tiger followed behind lightly,
        with his tail drooping slightly,
        until…

GROWL!
Dubu mkubwa mweusi! Lakin dubu alimangalia Chui mara moja na akaenda kwa kishindo vichakani.
"Waona!" Mbweha alisema. "Kila mnyama ananiogopa!"
"Haiyaminiki!" Chui alisema.
Mbweha alienda taratibu katika mwitu. Chui alifuata nyuma kwa kinyenyekevu, na mkia wake ukikokota chini ya mwitu, hadi…

GROWL!
A big black bear! But the bear took one look at Tiger and crashed into the bushes.
"See?" said Fox. "Everyone is scared of me!"
"Incredible!" said Tiger.
Fox marched on through the forest. Tiger followed behind meekly, with his tail dragging on the forest floor, until…

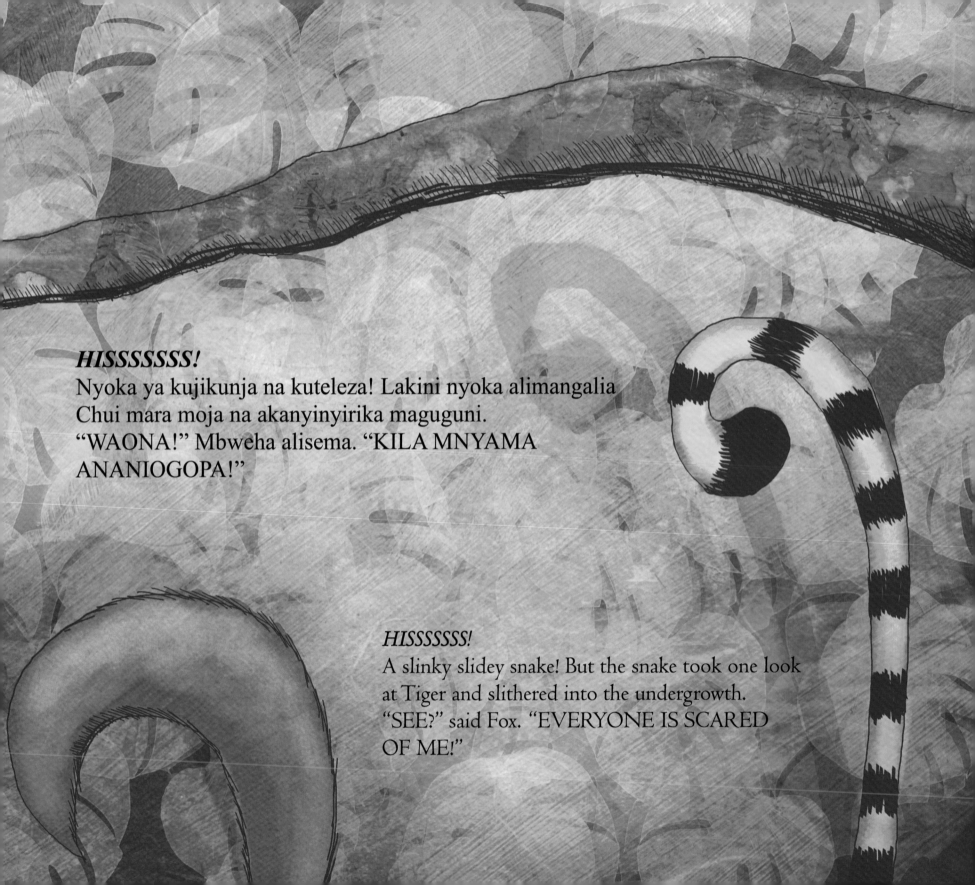

HISSSSSSS!

Nyoka ya kujikunja na kuteleza! Lakini nyoka alimangalia
Chui mara moja na akanyinyirika maguguni.
"WAONA!" Mbweha alisema. "KILA MNYAMA
ANANIOGOPA!"

HISSSSSSS!

A slinky slidey snake! But the snake took one look
at Tiger and slithered into the undergrowth.
"SEE?" said Fox. "EVERYONE IS SCARED
OF ME!"

"Ninaona," Chui alisema, "wewe ni Mfalme wa Mwitu na mimi
ni mtumishi wake mnyenyekevu."
"Vizuri," Mbweha alisema. "Basi, nenda!"

Na Chui akaenda na mkia wake ukiwa katikati ya miguu yake.

"I do see," said Tiger, "you are the King of the Forest and I am your humble servant."
"Good," said Fox. "Then, be gone!"

And Tiger went, with his tail between his legs.

"Mfalme wa Mwitu," Mbweha alisema akitabasamu. Tabasamu yake ilibadilika kwa kicheko kipumpavu, na Mbweha alicheka kwa sauti njiani kwote akienda nyumbani.

"King of the Forest," said Fox to himself with a smile. His smile grew into a grin, and his grin grew into a giggle, and Fox laughed out loud all the way home.

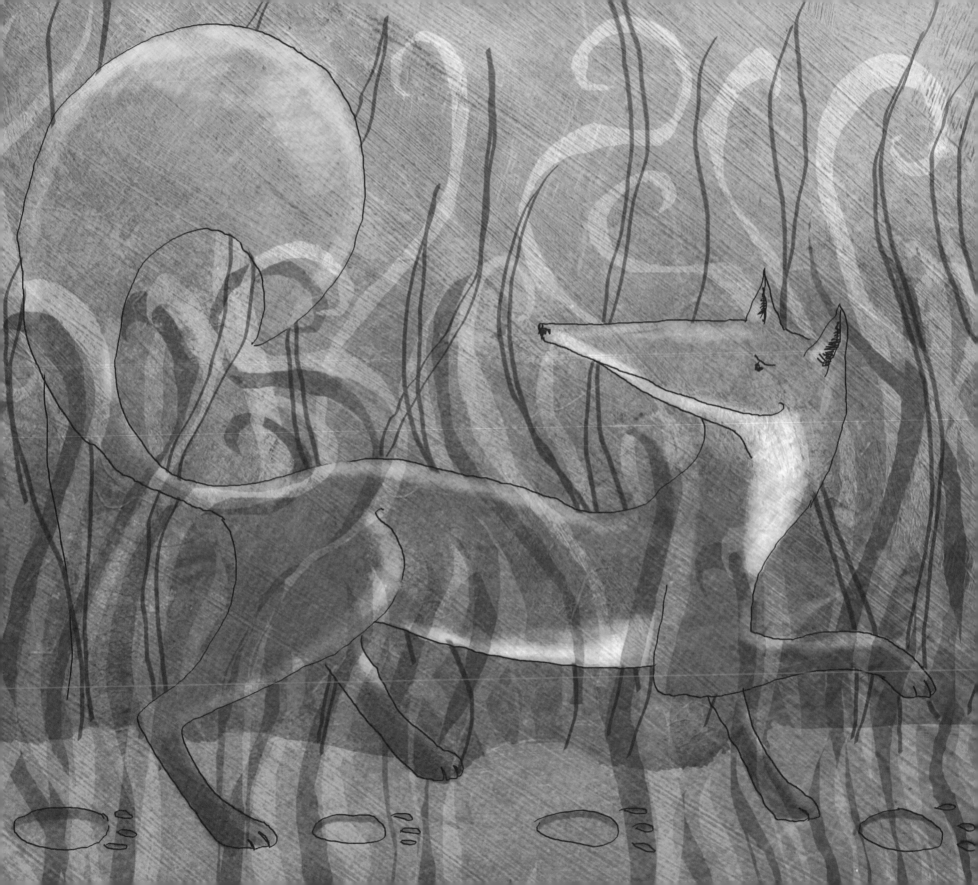

To my Nana, with love ~ DC

For my wife, Alex ~ J

First published in 2006 by Mantra Lingua Ltd
Global House, 303 Ballards Lane
London N12 8NP
www.mantralingua.com

Text copyright © 2006 Dawn Casey
Illustration copyright © 2006 Jago
Dual language copyright © 2006 Mantra Lingua Ltd
This edition 2013

A CIP record for this book is available from the British Library